ભારતના મહાપુરુષ

સુભાષચંદ્ર બોસ

AF660609

રચના ભોલા 'યામિની'

ગુજરાત પુસ્તકાલય સ. સ. મંડળ લિ.
૧૧, ઈલોરા કોમર્શીયલ સેન્ટર, પહેલો માળ, રીલીફ સીનેમા પાછળ.
સવાપસ રોડ, અમદાવાદ–૩૮૦ ૦૦૧
ફોન : ૨૫૫૦ ૬૯૭૩

ડાયમંડ બુક્સ

ISBN : 978-81-288-3864-4

પ્રકાશક : ડાયમંડ પોકેટ બુક્સ (પ્રા.) લિ.
X-30, ઓખલા ઇંડસ્ટ્રિયલ એરિયા, ફેઝ-II,
નવી દિલ્હી-110020
ફોન : 011-40712200

ઇ-મેઇલ : wecare@diamondbooks.in
વેબસાઇટ : www.diamondbooks.in
સંસ્કરણ : 2025
સમ્પાદક : એમ.આઈ. રાજસ્વી
મુદ્રક : આદર્શ પ્રિન્ટર્સ, શાહદરા, દિલ્હી - ૩૨

SUBHASH CHANDRA BOSE

By : Translated by Rachna Bhola Yamini

વિષય સૂચી

પરિચય

સુભાષચંદ્ર બોસ ભારતીય સ્વતંત્રતા સંગ્રામના સૌથી વધારે ઓજસ્વી ક્રાંતિકારીઓમાંથી એક છે. તેઓ 'નેતાજી'ના નામથી ઓળખાય છે. એમનો જન્મ ઉડીસા રાજયના કટક જિલ્લામાં ૨૩ જાન્યુઆરી, ૧૮૯૭ના રોજ જાનકીનાથ બોસ તેમજ પ્રભાવતી દેવીને ત્યાં થયો હતો. એમના પિતા એક પ્રસિદ્ધ વકીલ હતા તેમજ માતા એક ધાર્મિક ગૃહિણી હતી. તેઓ પોતાના ચૌદ ભાઈ-બહેનોમાં નવમા સ્થાન પર હતા. તેઓ બાળપણથી જ મેધાવી વિદ્યાર્થી હતા. મેટ્રિકુલેશનની પરીક્ષામાં એમણે કટક જિલ્લામાં સર્વોચ્ચ સ્થાન પ્રાપ્ત કર્યું હતું. એમણે કલકત્તાના સ્કૉટિશ ચર્ચ કૉલેજથી દર્શનમાં સ્નાતકની ઉપાધિ લીધી. તેઓ સ્વામી વિવેકાનંદની શિક્ષાઓથી પ્રભાવિત હતા તથા એક વિદ્યાર્થીના રૂપમાં પોતાની દેશભક્તિની ભાવના માટે ઓળખાતા હતા. તેઓ પિતાની ઇચ્છાથી આઈ.સી.એસ.ની પરીક્ષા આપવા માટે ઇંગ્લેન્ડ ગયા. ૧૯૨૦માં એમણે આ હરિફાઈ પરીક્ષામાં ચોથું સ્થાન મેળવ્યું. જલિયાંવાલા બાગ હત્યાકાંડથી દ્રવિત થઈને એમણે આઈ.સી.એસ.થી ત્યાગપત્ર આપી દીધું અને ભારત પાછા ફર્યા.

ભારતમાં તેઓ ગાંધીજીના વચનોથી પ્રેરિત થયા અને ભારતીય રાષ્ટ્રીય કૉંગ્રેસના સદસ્ય બનીને દેશબંધુ ચિતરંજન દાસના નેતૃત્વમાં કામ કરવા લાગ્યા. તેઓ જ એમના રાજનીતિક ગુરુ પણ બન્યાં. એમણે મોતીલાલ નેહરૂ કમિટીના માર્ગદર્શનમાં કૉંગ્રેસ દ્વારા ઘોષિત 'ડોમિનિયન સ્ટેટસ'નો વિરોધ કર્યો. તેઓ ભારતની પૂર્ણ સ્વતંત્રતા સિવાય કશું ઇચ્છતા ન હતા.

૧૯૩૦માં તેમને સવિનય અવજ્ઞા આંદોલન દરમિયાન જેલમાં મોકલવામાં આવ્યા. ૧૯૩૧માં ગાંધી-ઈરવિન સમાધાન પર હસ્તાક્ષર થયા પછી જ એમને છૂટા કરવામાં આવ્યા.

સુભાષની ક્રાંતિકારી ગતિવિધિઓથી ભયભીત અંગ્રેજ સરકારે એમને યૂરોપ નિર્વાસિત કરી દીધા. એમણે આ તકનો ભરપૂર લાભ ઉઠાવીને યૂરોપના અનેક દેશોની સાથે ભારતના રાજનીતિક તેમજ સાંસ્કૃતિક સંબંધ બનાવવાનો પ્રયત્ન કર્યો. પ્રતિબંધ છતાં ભારતમાં પ્રવેશને કારણે એમને ફરીથી એક વર્ષ માટે જેલની સજા ભોગવવી પડી.

આ વચ્ચે અંગ્રેજોની આંખોમાં ધૂળ નાંખીને તેઓ અફઘાનિસ્તાનના રસ્તેથી જર્મની ચાલ્યા ગયા. એમણે જર્મની તેમજ જાપાનને અંગ્રેજી રાજ વિરુદ્ધ સંઘર્ષમાં યોગદાન આપવા માટે મનાવી લીધા. તેઓ જુલાઈ, ૧૯૪૩માં સિંગાપુર આવી ગયા. અહીંયા જ એમણે આઝાદ હિંદ ફૌજની સ્થાપના કરી. આ સેનામાં અનેક ભારતીય યુદ્ધ બંદી હતા. આ સેના અંગ્રેજી સેનાને કચડીને ૧૮ માર્ચ, ૧૯૪૪ના રોજ બર્માની સીમા પાર કરીને માતૃભૂમિના ચરણો સુધી આવી ગઈ.

દુર્ભાગ્યવશ બીજા વિશ્વયુદ્ધમાં જાપાન તેમજ જર્મનીની હારના કારણે આઝાદ હિંદ ફૌજનું લક્ષ્ય પણ પૂરું ના થઈ શક્યું. ૧૮ ઓગસ્ટ, ૧૯૪૫ના રોજ નેતાજીને વિમાન દુર્ઘટનામાં મૃત જાહેર કરી દેવામાં આવ્યા, પરંતુ કેટલાક લોકો હજુ પણ માને છે કે તેઓ જીવિત છે. સત્યની તપાસ લગાવવા માટે કેટલાય કમીશન બનાવવામાં આવ્યા, પરંતુ કશું પણ જાણ ના થઈ શકી.

એમની વાર્તા કોઈ થ્રિલર જેવી રોમાંચક છે. નિઃસંદેહ સુભાષ આપણાં આધુનિક ઈતિહાસના એક મહાન નાયક છે.

જન્મ તેમજ બાળપણ

વકીલ જાનકીનાથ બોસની પત્ની પ્રભાવતિએ ૨૩ જાન્યુઆરી, ૧૮૯૭ના રોજ એક પુત્રને જન્મ આપ્યો. તે એમની નવમી સંતાન હતા. જાનકીનાથ બોસ એક વ્યસ્ત વ્યક્તિ હતા. એમની પાસે પરિવાર તેમજ બાળકો માટે વધારે સમય ન હતો. પત્ની પ્રભાવતી તો જાણે પતિનો જ પડછાયો હતી.

નવા બાળકનું નામ નામ સુભાષચંદ્ર રાખવામાં આવ્યું. શિશુ પર માતા-પિતાએ કોઈ વધારે ધ્યાન ના આપ્યું. અન્ય બાળકોની જેમ જ બાળક સુભાષનું પણ સામાન્ય ઢંગથી પાલન-પોષણ કરવામાં આવ્યું.

શાળાકીય અભ્યાસ

પાંચ વર્ષની ઉંમરમાં સુભાષને પ્રાથમિક શિક્ષા માટે બૈપટિસ્ટ મિશન સ્કૂલમાં ભરતી કરવામાં આવ્યા. સ્કૂલમાં અભ્યાસ માટે સખત અનુશાસન હતું. સુભાષને સ્કૂલના નિયમ તેમજ અનુશાસન ખૂબ જ સારા લાગ્યા. શાળાકીય અનુશાસનમાં તેઓ મન લગાવીને વિદ્યાધ્યયન કરવા લાગ્યા અને જલ્દી જ અધ્યાપકોની પ્રશંસાના પાત્ર બની ગયા.

રંગભેદના વિરુદ્ધ

સ્કૂલમાં રંગભેદની ઊંડી અસર હતી. કાળા છોકરાઓ (ભારતીયો)ને હંમેશાં નિશાન બનવું પડતું હતું. મોટાભાગના મામલાઓમાં એમને ગોરી

ચામડીના છોકરાઓ (અંગ્રેજો) દ્વારા કરવામાં આવેલા અપમાન તેમજ તાણાઓને સહન કરવા પડતા હતા.

એક દિવસે એક અંગ્રેજ છોકરો બંગાળી છોકરાને ધમકાવી રહ્યો હતો- ''એ કાળા વાનર! તું પોતાના ગંદા હાથોથી મારી પુસ્તકને કેમ અડ્યો?''

બંગાળી છોકરો ગભરાઈ ગયો- ''માફ કરજો...''

અંગ્રેજ છોકરો સતત ગાળો બકતો રહ્યો અને એ બિચારાના કાન ખેંચવા લાગ્યો.

સુભાષને આ બધું જોઈને ખૂબ જ ક્રોધ આવ્યો, પરંતુ તેઓ અનુશાસનના કારણે ચુપ્પી સાધી ગયા.

ક્લાસ સમાપ્ત થવા પર એમણે એ છોકરાને પૂછ્યું કે તે બધું જ ચુપચાપ કેમ સહન કરી રહ્યો હતો. છોકરાએ બતાવ્યું કે ગોરા છોકરાના પિતા અંગ્રેજ અધિકારી હતા, જે એમના માટે મુશ્કેલી પેદા કરી શકે છે.

સુભાષે એ બંગાળી છોકરાથી કહ્યું કે તે ઊભો થઈને જુએ કે શું થાય છે. ગોરો છોકરો બહાર આવ્યો તો સુભાષ એનાથી બોલ્યા -''તું આ છોકરાને તેમજ ભારતીયોને અપશબ્દ કેમ કહી રહ્યો હતો?''

તે ગુસ્સે થયો-''કેમ ના કહું! તમે કાળા વાનર શું કરી લેશો?''

સુભાષ એના કદ-કાઠીમાં નાના જ હતા, પણ એમણે હિમ્મત ના હારી. એમણે એ છોકરાનો કૉલર પકડ્યો તેમજ એને પટકી દીધો. એનાથી એ બંગાળી છોકરાને પણ જોશ આવી ગયું અને એણે એ ગોરા છોકરાને એક ઘૂંસો લગાવી દીધો.

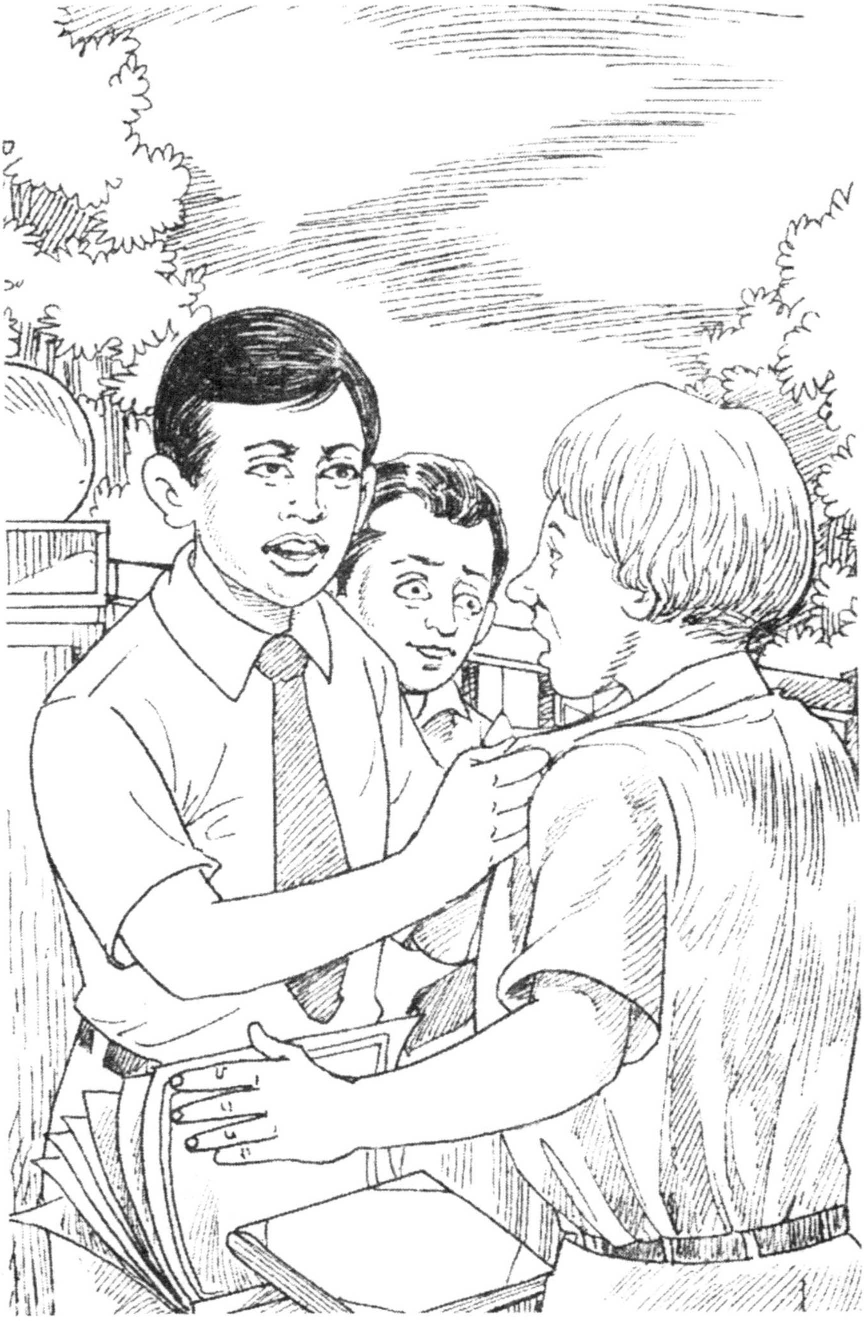

રાબેનશૉ કૉલેજિયટ સ્કૂલ

મિશન સ્કૂલમાં સાત વર્ષ ભણ્યાં પછી સુભાષમાં એક અંગ્રેજ છોકરા જેવો જ શિષ્ટાચાર તેમજ વ્યવહાર આવી ગયા હતા, બસ રંગનું અંતર હતું. એમનું અંગ્રેજી ઉચ્ચારણ પણ સારું હતું.

૧૨ વર્ષની ઉંમરમાં સુભાષ માટે વર્ષ ૧૯૦૯ ખૂબ વિચિત્ર વળાંકનું રહ્યું. એમનો રાબેનશૉ કૉલેજિયટ સ્કૂલમાં દાખલો કરાવી દેવામાં આવ્યો, જેના નિયમ મિશન સ્કૂલથી બિલ્કુલ જ અલગ હતા. આ સ્કૂલ ભારતીય સંસ્કૃતિ તેમજ રાષ્ટ્રીયતાના રંગમાં રંગાયલી હતી. સુભાષ પણ બીજા વિદ્યાર્થીઓની જેમ ધોતી-કુર્તો પહેરવા લાગ્યા અને અહીંયાથી તેઓ એક યુવા દેશભક્તના રૂપમાં બહાર આવ્યા.

૧૧ ઓગસ્ટ, ૧૯૧૦ના રોજ સુપ્રસિદ્ધ ક્રાંતિકારી શહીદ ખુદીરામ બોસની પુણ્યતિથિ હતી. આ દિવસે એક વર્ષ પહેલાં અંગ્રેજોએ ખુદીરામ બોસને ફાંસી પર ચઢાવી દીધા હતા.

સુભાષે મેદાનમાં બધા વિદ્યાર્થીઓને એકત્ર કર્યા તેમજ શહીદ ખુદીરામ બોસના નામ પર શ્રદ્ધાંજલિ અર્પિત કરવા લાગ્યા. એમણે પોતાના ભાષણમાં ખુદીરામના યોગદાનનો ઉલલ્ખ કર્યો તેમજ વિદ્યાર્થીઓ તથા અધ્યાપકોને શહીદ ખુદીરામ બોસની યાદમાં ઉપવાસ રાખવાની સલાહ આપી.

કૉલેજની શિક્ષા

મેટ્રિકુલેશન પછી પિતાએ એમને પ્રેસીડેન્સી કૉલેજમાં મોકલ્યા. એમની કલકત્તામાં એક કોઠી હતી આથી રહેવા-ખાવાની કોઈ સમસ્યા ન હતી.

સુભાષના મોટા ભાઈ પણ ત્યાં એ જ કૉલેજમાં હતા. પ્રેસીડેન્સી કૉલેજનું કલકત્તામાં સારું નામ હતું.

આ કૉલેજ પશ્ચિમી સભ્યતામાં રંગાયેલી હતી. અહીંયા ભારતીય વિદ્યાર્થી પણ અંગ્રેજોની જેમ વ્યવહાર કરતા. રાબેનશૉ સ્કૂલે સુભાષની માનસિકતા પરિપક્વ કરી દીધી હતી. તેથી એમણે પોતાનું વર્તન તેમજ જીવનશૈલી ના બદલી. તેઓ ધોતી-કુર્તામાં જ કૉલેજ જતા હતા.

એક વખત કલકત્તામાં રામકૃષ્ણ મિશનનું અધિવેશન થયું. એમાં સ્વામી વિવેકાનંદ પધારવાના હતા. સુભાષે પણ સ્વામીજીના પ્રવચન સાંભળ્યા. તેઓ એમનાથી અત્યંત પ્રભાવિત થયા તેમજ એમના આધ્યાત્મિક પથ પર ચાલવાનો નિર્ણય લઈ લીધો.

તેઓ સલાહ માટે સાહિત્ય, સમાજ સુધાર તેમજ રાજનીતિ જગતની મહાન હસ્તિઓથી મળ્યાં. તેઓ અરવિંદ ઘોષ તથા સુરેન્દ્રનાથ બેનર્જીની પાસે પણ ગયા. એમણે ગુરુદેવ ટાગોરથી પણ મુલાકાત કરી. આ મુલાકાતનો નિષ્કર્ષ રહ્યો કે સુભાષે જીવનથી ભાગવાને બદલે એની હકીકતનો સામનો કરવો જોઈએ.

સુભાષનો મોટાભાગનો સમય આધ્યાત્મિક પઠન-વાંચનમાં વીતવા લાગ્યો. તેઓ એફ.એ.ની પરીક્ષામાં મુશ્કેલથી પાસ થયા. અંક વધારે ઓછા હતા. એમણે ખુદથી વચન આપ્યું કે તેઓ ભણતરની ઉપેક્ષા નહીં કરે અને પછી બી.એ.ની તૈયારી કરવા લાગ્યા.

હડતાળની પોકાર

એક દિવસે સુભાષ પુસ્તકાલયમાં કંઈક વાંચી રહ્યાં હતા કે એક સહપાઠી ભાગતો-ભાગતો આવ્યો અને બોલ્યો-''સુભાષ! પ્રોફેસર ઔટન

ભારતીય વિદ્યાર્થીઓને અપશબ્દ કહી રહ્યાં છે અને એક વિદ્યાર્થીને તો તમાચો પણ લગાવી દીધો."

આ પ્રોફેસર મહાશય એ લોકોમાંથી હતા, જે ભારતીયોને જાનવરોથી પણ બદતર માનતા હતા.

સુભાષ ક્લાસમાં પહોંચ્યા તો ખરેખર ત્યાં એ જ નજારો જોયો. તેઓ સીધા પ્રિન્સિપલની પાસે ગયા અને એ પ્રોફેસરની ફરિયાદ કરી દીધી, પરંતુ પ્રિન્સિપલ ખુદ પણ એ જ કોટિના હતા. એમણે પ્રોફેસરને કશું કહેવાને બદલે અધ્યાપકના અપમાન માટે સુભાષને જ ફટકાર આપ્યો તેમજ માફી માંગવાનું કહ્યું.

સુભાષે વિદ્યાર્થીઓને એકત્ર કરીને બતાવ્યું કે પ્રિન્સિપલની કેબિનમાં શું થયું. બધા પ્રિન્સિપલના વ્યવહારથી પણ પરિચિત હતા. સુભાષની પહેલ પર બધાએ હડતાળ કરી દીધી.

બધા ભારતીય વિદ્યાર્થીઓએ ક્લાસનો બહિષ્કાર કર્યો. આ હડતાળ ત્રણ દિવસ સુધી ચાલી. કૉલેજ વ્યવસ્થાપકને હાર માનવી પડી તેમજ પ્રોફેસરે બધાથી ક્ષમા માંગી.

વ્યવસ્થાપકે એમને કોઈ બહાનાથી નિકાળી મૂક્યા.

કટક પાછા ફરવું

સુભાષ પિતાની પાસે પાછા ફર્યા, જે એમનાથી નાખુશ હતા. સુભાષે જ્યારે યૂનિવર્સિટીમાં બીજું સ્થાન મેળવીને બી.એ.ની પરીક્ષા પાસ કરી તો પિતાનો ગુસ્સો શાંત થઈ ગયો. એમને લાગ્યું કે એમનું સપનું સાકાર થઈ ગયું.

એમણે સુભાષને આઈ.સી.એસ. પરીક્ષામાં બેસવાની સલાહ આપી,

જે એ દિવસોમાં લંડનમાં થતી હતી. સુભાષ સરકારી નોકરી કરવા ઇચ્છતા ન હતા. જલિયાંવાલા બાગ હત્યાકાંઢ થઈ ચુક્યો હતો તેમજ દેશનો યુવા વર્ગ અંગ્રેજોથી નારાજ હતો. એમણે પિતાથી કહી દીધું કે તેઓ અંગ્રેજોની ગુલામી કરવા નથી ઇચ્છતા.

બાબૂ જાનકીનાથ માટે એમની ઇચ્છા જ આદેશ હોય છે. એમણે સુભાષને ફટકાર્યો- ''હકીકત તો એ છે કે તારામાં આઈ.સી.એસ.માં બેસવાની યોગ્યતા જ નથી.''

સુભાષે આને પડકારની રીતે લીધી તેમજ લંડન જઈને પરીક્ષા આપી. તેઓ પોતાના સ્વાભિમાન પર આંચ કેવી રીતે આવવા દેતા!

સુભાષ લંડનમાં

તેઓ ઑક્ટોબર, ૧૯૧૯માં લંડન પહોંચ્યા તથા કેમ્બ્રિજ વિશ્વવિદ્યાલયમાં પરીક્ષાની તૈયારી કરવા લાગ્યા, જે આઠ મહીના પછી થવાની હતી. સુભાષે પરીક્ષામાં ચોથું સ્થાન મેળવ્યું.

બોસ પરિવાર આનંદથી નાચી ઉઠ્યો. હકીકતમાં પિતાને પહેલી વખત પુત્ર પર ગર્વ થયો. પુત્રની સફળતાએ સહકર્મીઓમાં એમનું માથું ઊંચું કરી દીધું હતું.

પણ જ્યારે પિતાને જાણ થઈ કે સુભાષ અંગ્રેજોની નોકરી નહીં કરે તો એમને ઊંડો આઘાત લાગ્યો. સુભાષે ભારત પાછા ફરીને નોકરી મેળવવાની તત્પરતા ના બતાવી તેમજ ઇંગ્લેન્ડમાં જ સમય વિતાવતા રહ્યાં.

ભારત પાછા ફરવું

તેઓ ૧૬ જુલાઈ, ૧૯૨૧ના રોજ ભારત પાછા ફર્યા. એ સમય

સુધી ભારતીય રાજનૈતિક પટલ પર ગાંધીજી ઉભરી ચુક્યા હતા. સુભાષ ગાંધીજીથી મળવા ગયા.

જ્યારે સુભાષ ગાંધીજીની પાસે પહોંચ્યા તો તેઓ બધા કૉંગ્રેસીઓની સાથે રૂમમાં ચટ્ટાઈ પર બેઠા હતા. એ બધાએ ખાદી પહેરી રાખી હતી. સુભાષને પોતાની આધુનિક પોશાકથી ગ્લાનિ થઈ. ગાંધીજીએ એમને પાસે બેસાડી દીધા. લગભગ એક કલાક સુધી વાતચીત થતી રહી. ગાંધીજીએ એમને પ્રસિદ્ધ કૉંગ્રેસી બંગાળી નેતા ચિતરંજન દાસથી મળવાની સલાહ આપી.

સુભાષ ચિતરંજન દાસજીથી મળ્યાં. એમણે ચિતરંજન દાસજીને પોતાની તેમજ ગાંધીજીની મુલાકાત વિશે બતાવી દીધું. ચિતરંજન દાસનું માનવું હતું કે ગાંધીજીની કેટલીક પ્રવૃત્તિઓ તેમજ નીતિઓ થોડી કઠોર હતી તેમજ અહિંસા પર વધારે બળ પણ અવ્યાવહારિક હતું.

દાસજી બંગાળના પ્રસિદ્ધ નેતા હતા તથા બંગાળના કૉંગ્રેસના પાર્ટી અધ્યક્ષ હતા. સુભાષે એમના જ માર્ગદર્શનમાં રાજનીતિક કારકિર્દી આરંભ કરી.

આ દરમિયાન એમણે ગૃહ સચિવને લખ્યું-"હું વિદેશી રાજના આધીન નોકરી નથી કરી શકતો, તેથી હું આઈ.સી.એસ.થી ત્યાગપત્ર આપું છું."

નેશનલ કૉલેજનું પ્રિન્સિપલ પદ

સુભાષે નેશનલ કૉલેજનું પ્રિન્સિપલ પદ આપી દીધું. સ્વતંત્રતા આંદોલન દરમિયાન અનેક નેશનલ સ્કૂલ તેમજ કૉલેજ ખુલી ગયા હતા,

જ્યાં યુવકોને ભણાવવાની સાથે-સાથે પાર્ટી માટે પણ પ્રશિક્ષિત કરવામાં આવતા હતા. સુભાષને રાજનીતિક તેમજ સમાજ સેવાના કાર્યો માટે યુવાઓના 'નેશનલ વૉલંટિયર કોર' બનાવ્યા. તેઓ બંગાળ કૉંગ્રેસ કમિટીમાં પણ સામેલ થઈ ગયા.

તેઓ 'બાંગલાર કથા' નામની પત્રિકાનું સંપાદન પણ કરવા લાગ્યા.

પ્રિંસ ઑફ વેલ્સની વિરુદ્ધ

નવેમ્બર, ૧૯૨૧માં પ્રિંસ ઑફ વેલ્સ ભારત યાત્રા પર આવ્યા. કૉંગ્રેસે નક્કી કર્યું કે તે એમનો વિરોધ કરશે. કલકત્તા તેમજ બંગાળમાં આ કામ ચિતરંજન દાસને સોંપવામાં આવ્યું. એમણે આ જવાબદારી સુભાષને આપી દીધી. સુભાષના સ્વયંસેવકોના દળે આ બહિષ્કારને બંગાળમાં સફળ બનાવ્યો. બધાએ એમના નેતૃત્વકૌશલની પ્રશંસા કરી.

પ્રથમ જેલ યાત્રા

૧૦ ડિસેમ્બર, ૧૯૨૧ ચિતરંજન દાસ તેમજ સુભાષને બંદી બનાવી લેવામાં આવ્યા. બંનેને છ-છ મહીનાની જેલ થઈ.

સુભાષ છ મહીના પૂરા થયા પછી ૨૪ ઓગસ્ટ, ૧૯૨૨એ છૂટા થયા. એમના પાંચ દિવસ પછી ચિતરંજન દાસને છૂટા કરવામાં આવ્યા. સુભાષ બહાર આવ્યા તો જાણ થઈ કે બંગાળમાં પૂર આવ્યું હતું. તેઓ પોતાના સ્વયંસેવકોની સાથે રાહતના કાર્યોમાં લાગી ગયા. સુભાષ દીન-દુઃખીઓની મદદ કરવી પોતાનો ધર્મ માનતા હતા. ત્યાં સુધી કે બંગાળના

PRINCIPAL

બ્રિટિશ ગવર્નરે પણ એમની સમાજ સેવાની પ્રશંસા કરી.

સી.ઈ.ઓ. સુભાષ

જ્યારે ચિતરંજન દાસ કલકત્તાના મેયર પસંદ કરવામાં આવ્યા, તો એમના આગ્રહ પર સુભાષને સી.ઈ.ઓ.બનાવવામાં આવ્યા. એમને પોતાના શિષ્ય તેમજ એની ક્ષમતા પર પૂરો વિશ્વાસ હતો.

સુભાષની ઉપસ્થિતિની આગળ બ્રિટિશ પ્રશાસન હલ્કું પડી ગયું. સુભાષે કલકત્તામાં અનેક સુધાર કાર્ય કરીને એને એક સાફ-સુથરું શહેર બનાવી દીધું.

ચિતરંજન દાસે એમને ચેતવણી આપી કે તેઓ અંગ્રેજોની વધારે વિરુદ્ધ ન જાય તેમજ આ અભિયાનને છોડી દે, પણ સુભાષ ના માન્યા.

આતંકવાદનો આરોપ

૨૫ ઑક્ટોબર, ૧૯૨૪એ સુભાષ પર આતંકવાદી ગતિવિધિઓમાં લુપ્ત હોવાનો આરોપ લગાવીને એમને બંદી બનાવી લેવામાં આવ્યા. એમના ૮૦ સ્વયંસેવકો પર પણ આ જ આરોપ હતો.

ક્રોધમાં આવીને ચિતરંજન દાસે પણ મેયર પદથી રાજીનામુ આપી દીધું. એમણે દળના સદસ્યોની સાતે મળીને જુલૂસ કાઢ્યું અને સુભાષને છોડી દેવાની માંગ કરી.

આ દરમિયાન પ્રશાસન સબૂત શોધતું રહ્યું કે સુભાષનું આતંકવાદી ગતિવિધિઓથી સંબંધ પ્રમાણિત થઈ શકે, પરંતુ તે અસફળ રહ્યાં.

BOYCOTT
CLASSES

આ દરમિયાન જનતાનો ગુસ્સો ભડકવા લાગ્યો. અધિકારીઓએ સુભાષને અલીપુર જેલમાં જ કૉર્પોરેશનનું કામ જોવાની પરવાનગી આપી દીધી.

એ સ્પષ્ટ હતું કે તેઓ સુભાષને માનસિક રીતે પ્રતાડિત કરવા ઇચ્છતા હતા. કદાચ તેઓ જાણતા હતા કે સુભાષ ભાવનાત્મક રૂપથી સંવેદનશીલ હતા.

માંડલે જેલમાં

૨૫ જાન્યુઆરી, ૧૯૨૫ એ અંગ્રેજોએ બીજી એક ચાલ ચાલી. સુભાષને બર્માની માંડલે જેલમાં મોકલી દેવામાં આવ્યા, જ્યાં અનેક સ્વતંત્રતા સેનાની પહેલેથી જ સજા કાપી રહ્યાં હતા.

એક વખત ઇંગ્લેન્ડની જેલના કમિશનર માંડલે આવ્યા. એણે સુભાષથી વાત કર્યા પછી કહ્યું કે તે ક્યારેય આટલા ખતરનાક કેદીથી નથી મળ્યાં.

૧૬ જૂન, ૧૯૨૫એ કલકત્તામાં ચિતરંજન દાસ ચાલી નિકળ્યા. આ સમાચારને સાંભળીને સુભાષનું હૃદય રોઈ પડ્યું.

બીજા જ વર્ષે બંગાળમાં રાજ્ય પરિષદની ચૂંટણી થઈ. સુભાષે જેલમાંથી જ ચૂંટણી લડી. તેઓ વધારે મોટા અંતરથી કલકત્તાના પાર્ષદ પસંદ કરવામાં આવ્યા.

લોકોને આશા હતી કે સંભવતઃ આ જીત પછી સરકાર એમને છોડી દેશે, પણ એવું ના થયું. સરકારને જનતાની આશાઓ સાથે કોઈ લેવા-દેવા ન હતી. સુભાષ જેલમાં જ રહ્યાં.

ભૂખ હડતાળ

સુભાષે જેલમાં જ ભૂખ હડતાળ કરી દીધી. તેઓ એટલા નબળા થઈ ગયા કે ગમે ત્યારે એમના પ્રાણોને સંકટ પેદા થઈ શકતું હતું.

ઠંડીઓમાં તેઓ બીમાર થઈ ગયા. એમને તાવ રહેવા લાગ્યો. મેડિકલ અધિકારીઓએ કહી દીધું કે એમને ઘરેલૂ વાતાવરણ મળે તો તેઓ સારા થઈ જશે, પરંતુ ડૉક્ટરોની સલાહ નકારી દેવામાં આવી.

આ દરમિયાન એક દિવસ સુભાષની સુપ્રિન્ટેન્ડન્ટથી અનબન થઈ ગઈ. એનાથી રિહાઈ વધારે મુશ્કેલ થઈ ગઈ, પરંતુ ખુશનસીબીથી એ અધિકારીની બદલી થઈ ગઈ.

નવો સુપ્રિન્ટેન્ડન્ટ એમના પ્રત્યે સહાનુભૂતિ રાખતો હતો. એણે કહ્યું કે સુભાષને કોઈ એવી જેલમાં મોકલી દેવામાં આવે, જ્યાં એમનું સ્વાસ્થ્ય સુધરી શકે. પરિણામે સુભાષને અલ્મોડા જેલમાં મોકલી દેવામાં આવ્યા, જે ઉત્તર પ્રદેશના પહાડોમાં સ્થિત હતી.

સુભાષને કલકત્તા જવાવાળા જહાજ પર ચઢાવવામાં આવ્યા. અધિકારી ઇચ્છતા ન હતા કે તેઓ ભારત જાય, પરંતુ એમની મેડિકલ તપાસ થઈ તેમજ દાર્જિલિંગમાં રહેતાં ગવર્નરને રિપોર્ટ મોકલવામાં આવ્યો. એણે તત્કાળ સુભાષને છૂટા કરવાનો આદેશ આપી દીધો.

કલકત્તા પાછા ફરવું

લોકોએ આ જાણ્યું તો ચારેય તરફ ખુશની હેર દોડી ગઈ. ડિસેમ્બર,

૧૯૨૭માં મદ્રાસમાં કૉંગ્રેસનું વાર્ષિક અધિવેશન થયું. સુભાષ તેમજ નેહરૂજી જનરલ સેક્રેટરી પસંદ કરવામાં આવ્યા.

સુભાષ કૉંગ્રેસના યુવા આક્રમક તત્ત્વોને એકત્ર કરી રહ્યાં હતા, જેથી બધાના દબાણથી પાર્ટી પડકારપૂર્ણ વર્તન અપનાવવા માટે માની જાય.

આ સમયે 'સાઈમન કમીશન' ભારતના પ્રશાસનમાં થવાવાળા સુધારાઓની તપાસ કરવા આવી રહ્યાં હતા.

કૉંગ્રેસે સાઈમન કમીશનના બહિષ્કારનો નિર્ણય કર્યો. સુબાષ તેમજ જવાહરે આ બીડું ઉઠાવ્યું અને લોકોએ પણ ભરપૂર સાથ આપ્યો.

ગાંધીજી સાથે મુલાકાત

મે, ૧૯૨૮ સુભાષ ગાંધીજીથી મળવા સાબરમતી આશ્રમ ગયા. તેઓ ઈચ્છતા હતા કે ગાંધીજી અંગ્રેજી રાજને ભારતથી ઉખાડી ફેંકવામાં એમનું નેતૃત્વ કરે. તેઓ જાણતા હતા કે ફક્ત ગાંધીજી જ આ કામ કરી શકતા હતા, પણ આ વાતચીત સફળ ના રહી અને એમની વચ્ચે મતભેદ પેદા થઈ ગયા.

સુભાષ અંગ્રેજોથી સીધો સામનો કરવા માટે તૈયાર હતા. તેઓ હજારો કૉંગ્રેસ કર્મીઓને સૈન્ય પ્રશિક્ષણ આપી ચુક્યા હતા. એક દિવસ તો તેઓ કૉંગ્રેસના સત્રમાં પોતાની વર્દીવાળી સેનાની સાથે પણ આવ્યા. તેઓ ખુદ કમાંડર-ઇન-ચીફની વર્દીમાં હતા.

સ્વ-શાસન માટે 'ના'

૩૧ ઑક્ટોબર, ૧૯૨૯એ વાઈસરોયે ભારત માટે 'કોલોનિયલ સેલ્ફ રૂલ'ની ઘોષણા કરી. કૉંગ્રેસ દળે ઔપચારિક રીતે એનું સ્વાગત કર્યું,

પરંતુ સુભાષે એનો વિરોધ કર્યો. એમને લાગ્યું કે આ કર્મચારીઓ, ખેડૂતો તેમજ નિર્ધનોના હિતમાં ન હતો. એમણે 'કૉંગ્રેસ પ્રજાતાંત્રિક દળ'નું ગઠન કર્યું.

આ દળ જલ્દી જ લોકોમાં લોકપ્રિય થવા લાગ્યું. લોકોને અંગ્રેજી શાસનથી મુક્ત કરાવવા જ આ દળનું લક્ષ્ય હતું.

જેલમાં બંદી તેમજ ઘાયલ

૨૩ જાન્યુઆરી, ૧૯૫૦એ સુભાષના નેતૃત્વમાં એક જુલૂસ નિકળ્યું. અધિકારી આ વાતથી નારાજ થઈ ગયા. એમને લાગ્યું કે સુભાષ ખેડૂતો તેમજ કારીગરોને ભડકાવી રહ્યાં હતા.

એમને એ જ દિવસે બંદી બનાવીને એક વર્ષ માટે જેલ મોકલી દેવામાં આવ્યા.

એક દિવસ કોઈ વાત પર કેદીઓ તેમજ જેલ અધિકારીઓ વચ્ચે ઝડપ થઈ ગઈ. એમાં સુભાષ ખરાબ રીતે ઘાયલ થઈ ગયા.

તેઓ કોઈ ચિકિત્સા કે મદદ વગર એક કલાક સુધી બેભાન પડી રહ્યાં. કેટલાક લોકોએ એમના નિધનની અફવા ફેલાવી દીધી. અંતે તેમને સપ્ટેમ્બર મહીનામાં છોડવામાં આવ્યા.

સુભાષ છૂટા થતાં જ દેશવ્યાપી યાત્રા પર નિકળી પડ્યાં અને દેશવાસીઓને અંગ્રેજોની વિરુદ્ધ એકત્ર કરવા લાગ્યા.

કરાચીમાં ભવ્ય સ્વાગત

ગાંધી-ઇરવિન સમાધાનની સ્વીકૃતિ માટે કરાચીમાં કૉંગ્રેસનું અધિવેશન થયું. ગાંધીજી રેલથી ઉતર્યા તો યુવાઓએ એમનું સ્વાગત કાળો ઝંડો બતાવીને કર્યું.

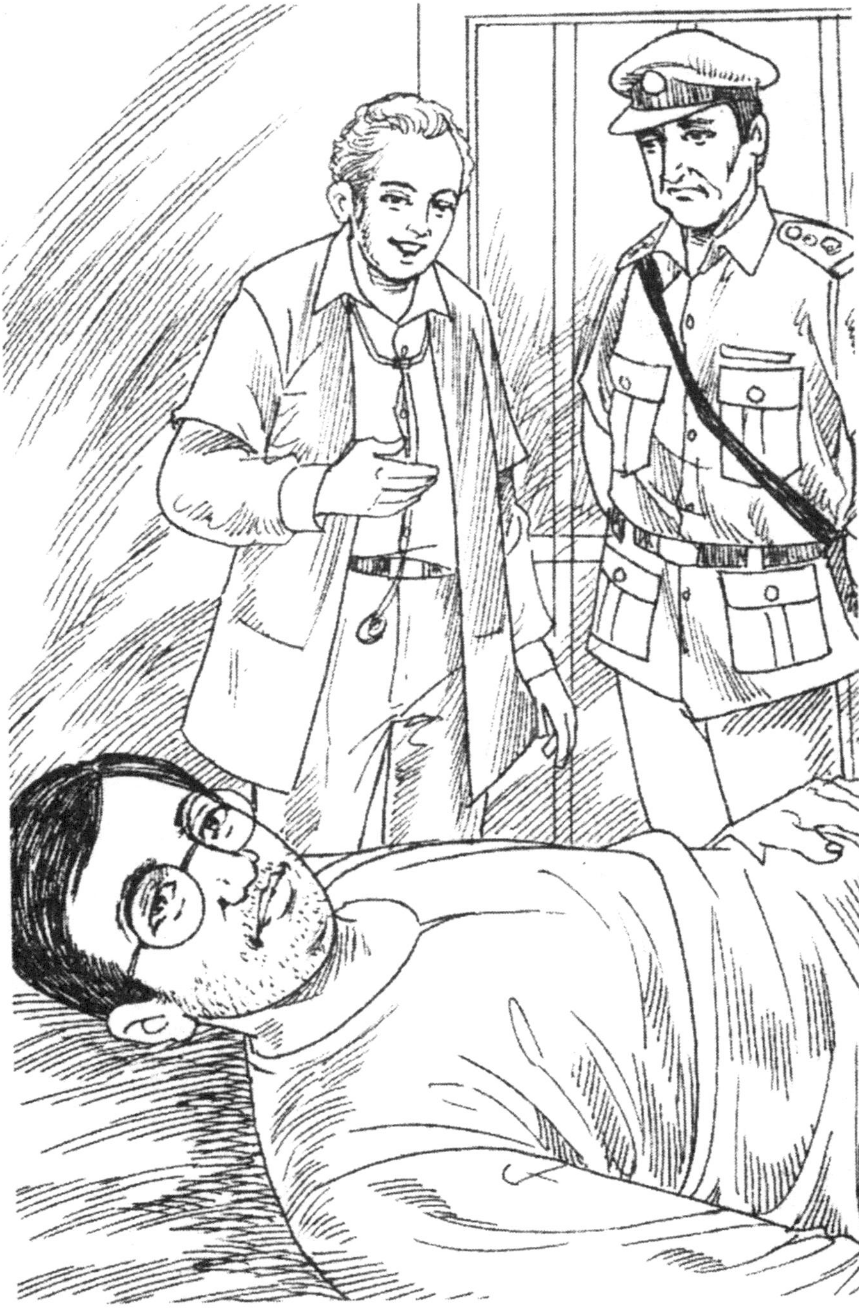

સુભાષજી કરાચી જઈ રહ્યાં હતા. જ્યારે એમને ગાડીમાં ભગતસિંહ, સુખદેવ તેમજ રાજગુરુને ફાંસી આપવાની જાણ થઈ તો તેઓ વ્યાકુળ થઈ ઉઠ્યાં. કરાચીમાં એમનું ભાવભીનું સ્વાગત થયું. તેઓ ક્રાંતિકારીઓના સમર્થક હતા. એમણે ભારત માટે પૂર્ણ સ્વતંત્રતાની માંગ કરી. તેઓ આશા કરતા હતા કે દેશ આઝાદ થયા પછી એક સામાજિક ગણરાજ્ય થશે. એમણે ક્રાંતિકારી શહીદોને ભીની આંખે શ્રદ્ધાંજલિ આપી.

ફરીથી સવિનય અવજ્ઞા આંદોલન આરંભ

૧ જાન્યુઆરી, ૧૯૩૨એ 'સવનિય અવજ્ઞા આંદોલન' ફરીથી આરંભ થયું.

૨ જાન્યુઆરીએ સુભાષ બંદી બનાવી લેવામાં આવ્યા. ૪ જાન્યુઆરીએ ગાંધીજી તેમજ સરદાર પટેલને પણ જેલમાં નાખી દેવામાં આવ્યા.

૧૭ ઓગસ્ટ, ૧૯૩૨એ બ્રિટિશ પ્રધાનમંત્રીએ 'કમ્યુનલ ઍવોર્ડ'ની ઘોષણા કરી, જેનાથી હરિજનોને એક અલગ મતદાતાગણના રૂપમાં માન્યતા મળી જતી. એનાથી ગાંધીજી રુષ્ટ થઈ ગયા અને વિરોધમાં આમરણ ઉપવાસ પર બેસી ગયા. એનાથી પહેલાં ચાલી રહેલું આંદોલન ઠપ્પ થઈ ગયું. આ વચ્ચે સુભાષ બીમાર પડી ગયા.

અધિકારીઓએ એમની બીમારીનું બહાનું બનાવીને એમને ભારતીય પરિદશ્યથી દૂર યૂરોપ મોકલવાનો નિર્ણય કરી લીધો. ૨૩ ફેબ્રુઆરી, ૧૯૩૩એ એમને એક જહાજ પર બેસાડી દેવામાં આવ્યા.

યૂરોપ યાત્રા

સુભાષ યૂરોપમાં ચાર વર્ષ રહ્યાં. એમના સ્વાસ્થ્યમાં ધીમે-ધીમે સુધારો

થઈ રહ્યો હતો. એની સાથે જ એમની રાજનીતિક ગતિવિધિઓ પણ ચાલૂ રહી. એમણે કેટલાય દેશોની યાત્રાઓ કરી તેમજ કૉંગ્રેસની રાજનીતિથી પરે, ભારતની આઝાદીથી જોડાયેલી નવી શક્યતાઓની શોધ કરી.

પ્રથમ વિશ્વયુદ્ધમાં હાર પછી જર્મનીની હાલત ખૂબ જ ખરાબ હતી અને તે વર્ષો સુધી સંઘર્ષ કરતું આવી રહ્યું હતું. ૧૯૩૫માં હિટલર જર્મનીનો તાનાશાહ બન્યો.

સુભાષ ૬ માર્ચ, ૧૯૩૩એ ઇટાલી પહોંચ્યા. ત્યાં રહેતાં ભારતીયો તેમજ પત્રકારોએ એમનું સ્વાગત કર્યું. એમણે ત્યાં પણ ભારતની આઝાદી માટે પ્રચાર કર્યો.

આ દરમિયાન સરદાર પટેલના મોટાભાઈ વિઠ્ઠલભાઈ પટેલ પણ સ્વિટ્ઝરલેન્ડમાં રહેતા હતા. સુભાષ એમને મળવા ગયા. પટેલે એમની મુલાકાત આઈરિશ નેતાઓથી કરાવી, જે લાંબા સમયથી આયરલેન્ડની આઝાદી માટે સંઘર્ષ કરતાં આવ્યા હતા.

સુભાષ યૂરોપીય દેશોના અનેક શાસકોથી મળ્યાં તેમજ એમન સામે ભારતની આઝાદીની બાબત રાખી. એમણે એ દેશોમાં રાજનીતિક પરિસ્થિતિઓ તેમજ સાર્વજનિક કલ્યાણ સંબંધી કાયદાઓનો અભ્યાસ કર્યો.

જ્યારે સુભાષ મુસોલિનીથી મળ્યાં તો એમણે પૂછ્યું-''શું તમે ક્રાંતિમાં વિશ્વાસ રાખો છો કે સુધારાઓમાં?''

સુભાષે બેઝીઝક કહ્યું- ''હું ક્રાંતિમાં વિશ્વાસ રાખું છું.''

મુસોલિની હસીને બોલ્યા-'' પછી તો ભારતને આઝાદી મળીને જ રહેશે.''

લેખક સુભાષ

વિયના પ્રવાસ દરમિયાન સુભાષે ' ધી ઇન્ડિયન સ્ટ્રગલ' નામની પુસ્તક લખી. આ નવેમ્બર, ૧૯૩૪માં પ્રકાશિત થઈ. આ પુસ્તકને તૈયાર કરવામાં એમના અંગત સહાયકની પુત્રિ મિસ એમિલી શૈંકિલે મદદ કરી.

આ દરમિયાન સુભાષને પોતાના પિતા જાનકીનાથ બોસની ગંભીર બીમારીની જાણ થઈ. તેઓ ભારત માટે રવાના થઈ ગયા. તેઓ અત્યારે કરાચીમાં જ પહોંચ્યા હતા કે પિતાનો સ્વર્ગવાસ થયો. એમણે પિતાના અંતિમ સંસ્કારમાં ભાગ લીધો, પરંતુ ફરીથી યૂરોપ મોકલી દેવામાં આવ્યા.

તેઓ અનેક રાજનીતિક દળોના નેતાઓથી મળ્યાં તેમજ એમનાથી ચર્ચા કરી કે તેઓ કયા પ્રકારે ભારતને સ્વતંત્રતા અપાવવામાં યોગદાન આપી શકતા હતા. એમને અંગ્રેજોના શોષણ તેમજ અત્યાચારોની પોલ ખોલવાવાળા લેખ લખ્યાં તેમજ ભાષણ આપ્યા.

સ્વિટ્ઝરલેન્ડમાં નેહરૂથી મુલાકાત

આ દરમિયાન નેહરૂ પણ પોતાની રોગી પત્ની કમલાની સારવાર માટે ત્યાં આવ્યા હતા. કમલાને એક સ્વિસ હૉસ્પિટલમાં ભરતી કરવામાં આવ્યા હતા. સુભાષ એ બંનેને મળ્યાં. એમણે નેહરૂજીની સાથે ભારતની રાજનીતિક સ્થિતિ તેમજ ભાવી શક્યતાઓ પર વિસ્તારથી ચર્ચા કરી. જ્યારે ૨૪ જાન્યુઆરી, ૧૯૩૬એ કમળાએ અંતિમ શ્વાસો લીધી, તો બંને નેતા ત્યાં જ હતા.

સુભાષ ભારત પાછા ફરવા માટે વ્યાકુળ હતા. મિત્ર તેમજ સમર્થક પણ એ જ ઇચ્છતા હતા, પરંતુ નેહરૂજીનું કહેવું હતું કે એમણે પોતાના

સ્વાસ્થ્યમાં સુધારા માટે થોડા વધારે સમય સુધી યૂરોપમાં રહેવું જોઈતું હતું. સુભાષ ના માન્યા, તેઓ જોખમ લેવા માટે તૈયાર હતા.

નેહરૂજીએ પાછા ફરીને બધાને સુભાષના પાછા ફરવાના સમાચાર આપ્યા.

નજરબંદી

મુંબઈ પહોંચતા જ સુભાષ ફરીથી બંદી બનાવી લેવામાં આવ્યા. એનાથી દેશભરમાં તોફાન ઉભું થઈ ગયું. નેહરૂજીએ પણ આની નિંદા કરી. આખા દેશમાં વિરોધ પ્રદર્શન થવા લાગ્યા.

જનતાના આ વિરોધને જોઈને સુભાષને છોડી દેવામાં આવ્યા, પરંતુ એમને કર્સિયાંગ પહાડીઓમાં બનેલા એમના ભાઈના ઘરમાં નજરબંદ રાખવામાં આવ્યા. તેઓ ત્યાં સાત મહીના સુધી રહ્યાં. એમની સ્થિતિ બગડવા લાગી, તો એમને કલકત્તાની મેડિકલ કૉલેજમાં ભરતી કરવામાં આવ્યા. એમનું સ્વાસ્થ્ય સતત બગડતું જઈ રહ્યું હતં. એનાથી એમને છોડી દેવા માટે દબાણ વધી રહ્યું હતું.

અંતે ૧૭ માર્ચ, ૧૯૩૭એ છોડવામાં આવ્યા, પરંતુ સાથે જ રાજનીતિથી દૂર રહેવાની ચેતવણી પણ મળી.

સુભાષ સ્વાસ્થ્યમાં સુધારા માટે ડલહૌજી ચાલ્યા ગયા, પછી થોડા દિવસો પછી પાછા ફરીને, કલકત્તામાં ભાઈની સાથે રહેવા લાગ્યા.

એમિલી શૈંકિલથી લગ્ન

તેઓ કલકત્તાના કૉંગ્રેસ અધિવેશનમાં ભાગ ના લઈ શક્યા. ૧૮ નવેમ્બર, ૧૯૩૭એ તેઓ યૂરોપ રવાના થઈ ગયા. ત્યાં એમણે દસ દિવસમાં 'એન ઇન્ડિયન પિલગ્રિમ' નામની પુસ્તક લખી. પાછલા પ્રવાસ

દરમિયાન એમનો મિસ એમિલી સાથે પ્રગાઢ પરિચય થઈ ચુક્યો હતો. તેઓ બંને એક-બીજાને ચાહવા લાગ્યા હતા. એમણે હિન્દૂ રીતિ-રિવાજથી લગ્ન કરી લીધા અને પૂરો એક મહીનો સાથે વિતાવ્યો.

સુભાષ પત્નીની સાથે વધારે સમય ના વિતાવી શક્યા, કેમ કે દેશ એમને પોકારી રહ્યો હતો. ૮ જાન્યુઆરી, ૧૯૩૮એ તેઓ ઇંગ્લેન્ડ ચાલ્યા ગયા. આ દરમિયાન કૉંગ્રેસે એમની ઉપસ્થિતિમાં જ એમને પોતાના અધ્યક્ષ પસંદ કરી લીધા હતા.

ઇંગ્લેન્ડમાં સુભાષ કેટલાય નેતાઓથી મળ્યાં, જે એમના વિશેષ રૂપથી પ્રભાવિત થયા.

કૉંગ્રેસ અધ્યક્ષના રૂપમાં

સુભાષ ૨૪ જાન્યુઆરી, ૧૯૩૮એ ભારત પાછા ફર્યા. કૉંગ્રેસકર્તાઓએ કલકત્તામાં એમનું સ્વાગત કર્યું. ગુજરાતના હરિપુરમાં કૉંગ્રેસનું અધિવેશન થવાનું હતું. સરદાર પટેલ એના આયોજક હતા.

સુભાષ રેલથી બારડોલી પહોંચ્યા તો પટેલે એમનું સ્વાગત કર્યું. એમને સ્ટેશનથી ફૂલોથી સજેલી કારમાં લાવવામાં આવ્યા. આગળ ચાલીની રથની સવારી થઈ અને એમનું આ જુલૂસ આયોજન સ્થળ સુધી પહોંચ્યું.

કૉંગ્રેસ અધ્યક્ષના રૂપમાં સુભાષે હંમેશાં અંગ્રેજી રાજ વિરુદ્ધ આક્રમક નીતિઓની હિમાયત કરી. તેઓ અહિંસામાં વધારે વિશ્વાસ રાખતા ન હતા. ગાંધીજીને લાગતું હતું કે સુભાષ પૂરા કૉંગ્રેસદળનું સૈન્યીકરણ કરવા જઈ રહ્યાં હતા.

ગાંધીજીના ઉમેદવારની હાર

સુભાષ બીજા એક સત્રની અધ્યક્ષતા ઇચ્છતા હતા. એનાથી ગાંધીજી સાવચેત થઈ ગયા. એમને લાગ્યું કે જો કૉંગ્રેસ વધારે સમય સુધી સુભાષના નેતૃત્વમાં રહી તો પોતાના મૂળભૂત નિયમોને ભુલાવી દેશે. એમણે પોતાના સમર્થકોથી સલાહ કરી. પહેલાં એમણે મૌલાના અબુલ કલામ આઝાદને ઊભા કરવા ઇચ્છ્યાં, પણ તેઓ ના માન્યા તો અધ્યક્ષ પદ માટે પટ્ટાભિ સીતારમૈયાનું નામ પસંદ કરવામાં આવ્યું.

કેટલાક વરિષ્ઠ નેતાઓએ સુભાષને સલાહ આપી કે ગાંધીજી દ્વારા પસંદ કરવામાં આવેલા સીતારમૈયાના હકમાં પોતાનું નામ પાછું લઈ લે, પરંતુ સુભાષે ના પાડી દીધી.

સુભાષે સીતારમૈયાને ભારે મતોથી પરાજિત કર્યા. આ જાણે ગાંધીજીની હાર હતી. એમણે પોતાની હાર માની તેમજ સુભાષથી કહ્યું કે તેઓ મનગમતી રીતથી કાર્યકારિણી બનાવે, પરંતુ ગાંધીજીના સમર્થન વગર કૉંગ્રેસમાં ટકવું સરળ ન હતું. ૨૨ ફેબ્રુઆરી, ૧૯૩૯એ કૉંગ્રેસ કાર્યકારિણીના બધા સદસ્યોએ ત્યાગપત્ર આપી દીધું.

કૉંગ્રેસનું ત્રિપુરા અધિવેશન વધારે તણાવપૂર્ણ રહ્યું. ગાંધીજી તેમજ એમના સમર્થકોએ આ અધિવેશનનો બહિષ્કાર કરી દીધો.

સુભાષે ગાંધીજી સાથે સમાધાન કરવા ઇચ્છ્યું, પણ તેઓ ના માન્યા. આ સ્થિતિમાં સુભાષે અધ્યક્ષ પદથી ત્યાગપત્ર આપી દીધું.

ફૉરવર્ડ બ્લોકની સ્થાપના

આ બધું થયા પછી પણ સુભાષના ઉત્સાહમાં કમી ના આવી. એમણે 'ફૉરવર્ડ બ્લૉક'નું ગઠન કર્યું. આ દળે પોતાના લક્ષ્ય તેમજ ઉદ્દેશ્યના પ્રચાર માટે આખા દેશમાં રેલીઓ આયોજિત કરી.

આ ગતિવિધિઓએ કૉંગ્રેસને બેચન કરી દીધું. સુભાષ પર અનુશાસન તોડવાનો આરોપ લગાવવામાં આવ્યો, કહેવામાં આવ્યું કે તેઓ ત્રણ વર્ષ સુધી કોઈ પણ પસંદ કરવામાં આવેલી કમિટીની સદસ્યતા નહીં લઈ શકે. એમને બંગાળ કૉંગ્રેસ કમિટીના અધ્યક્ષ પદથી પણ હટાવી દેવામાં આવ્યા.

આ દરમિયાન બીજું વિશ્વયુદ્ધ આરંભ થઈ ગયું. ભારતના વાઇસરોયે જર્મનીની સાથે યુદ્ધની ઘોષણા કરી દીધી. કૉંગ્રેસના નેતાઓએ વિરોધ કર્યો કે વાઇસરોયને કોઈ અધિકાર ન હતો કે તે ભારતને યુદ્ધમાં ધકેલે.

ગાંધીજીએ કહ્યું કે સરકારના નિર્ણયમાં સાથ ન આપવો, પાર્ટીની નીતિ હતી. પાર્ટીએ કહ્યું કે જો બ્રિટન ભારતને યુદ્ધ પછી આઝાદી આપવા માટે માની જાય તો તેઓ એમનો સાથ આપી શકે છે, પરંતુ સરકારે આને સ્વીકાર ના કર્યો.

સુભાષની યોજનાઓ

સુભાષચંદ્ર બોસનો વિચાર હતો કે બ્રિટન એ સમયે મુશ્કેલ સમયમાં હતું અને એવામાં અંગ્રેજી રાજને ઠેસ પહોંચાડીને એનો ફાયદો ઉઠાવી શકાતો હતો. એમણે દેશવાસીઓને પણ સમજાવ્યું કે ભારતીયોએ અંગ્રેજી

શાસન ઉખાડી ફેંકવાની આ સોનેરી તક હાથથી ના ગુમાવવી જોઈએ.

તેઓ ગાંધીજીથી પણ મળ્યાં અને અંગ્રેજો વિરુદ્ધ આંદોલન છેડવાનું કહ્યું, પરંતુ ગાંધીજી ના માન્યા.

સુભાષે ખુદ જ કલકત્તાથી અંગ્રેજો વિરુદ્ધ યુદ્ધ છેડવાની તૈયારી કરી લીધી. એમણે ઘોષણા કરી કે તેઓ હૉલ વૈલ મેમોરિયલ તોડી નાંખશે, જે ૩ જુલાઈ, ૧૯૪૦એ બનવાનું આરંભ થવાનું હતું.

સુભાષની ઘોષણા સાંભળીને અંગ્રેજ અધિકારીઓએ એમને તત્કાલ જેલમાં નાખી દીધા. આ વખતે એમને આજીવન જેલની સજા આપવામાં આવી. અંગ્રેજી અધિકારી ઇચ્છતા હતા કે સુભાષને કોઈને કોઈ બહાને જેલમાં બંદી રાખવામાં આવે. આ જ કારણ એમનાથી જોડાયેલા પાછલા બધા મામલા પણ ખોલી લેવામાં આવ્યા.

ભૂખ હડતાળ તેમજ નજરબંદી

૨૯ નવેમ્બર, ૧૯૪૦એ સુભાષે ભૂખ હડતાળ કરી દીધી. બે દિવસ પછી જ એમનું સ્વાસ્થ્ય એટલું બગડ્યું કે તેઓ મરણાસન્ન થઈ ગયા.

સુભાષના સ્વાસ્થ્યને ધ્યાનમાં રાખીને એમને છોડી દેવામાં આવ્યા અને કલકત્તાના એમના પૈતૃક નિવાસમાં રહેવાની પરવાનગી આપવામાં આવી. ત્યાં પણ એમને નજરબંદીમાં રાખવામાં આવ્યા.

એમના વિરુદ્ધ સુનાવણી આરંભ થઈ, પણ એમના વકીલે પોતાના અસીલના નબળા સ્વાસ્થ્યનો હવાલો આપીને તારીખ સ્થગિત કરાવી દીધી.

સુભાષ હવે દેશ છોડવા વિશે ગંભીરતાથી વિચારી રહ્યાં હતા. એમનું માનવું હતું કે અંગ્રેજ અધિકારી એમને બહાર નહીં નિકળવા દે અને હવે ભારતીય નેતાઆથી પણ સમર્થન મળવાની કોઈ આશા ન હતી. તેઓ એ સેનાઓમાં સામેલ થવાના વિકલ્પો વિશે વિચારવા લાગ્યા, જેમણે ઇંગ્લેન્ડ વિરુદ્ધ યુદ્ધની ઘોષણા કરી રાખી હતી.

હવે સુભાષે બહારના લોકોને મળવાનું બંધ કરી દીધું. તેઓ ઘરમાં જ રહેતા. એ બતાવવામાં આવ્યું કે તેઓ આધ્યાત્મિક કારણોથી એકલા રહેવાનું પસંદ કરી રહ્યાં હતા. અફવા એ ણ હતી કે તેઓ પથારી પર હતા.

એમણે દાઢી બનાવવાનું છોડી દીધું. એમના રૂમમાં કોઈને જવાની પરવાનગી ન હતી. એમને એક બારીથી ભોજન આપવામાં આવતું. એમનો રૂમ જાણે એક રહસ્યમયી પિંજરુ બની ગયો હતો.

હકીકતમાં સુભાષ દેશ છોડવાની યોજના બનાવી ચુક્યા હતા. જાન્યુઆરી, ૧૯૪૧માં એમણે દેશ છોડવાની બધી તૈયારી કરી લીધી.

એમનું બચી નિકળવું

એક યોજના અનુસાર ૧૦ જાન્યુઆરી, ૧૯૪૧એ એમનો ભત્રીજો નક્કી સ્થાન પર નવ વાગ્યે કાર લઈને પહોંચ્યો. સુભાષે પરિવાર સાથે ભોજન કર્યું, પછી તેઓ પઠાણના વેશમાં ઘરના પાછલા દરવાજેથી બહાર નિકળ્યા. તેઓ લાંબી દાઢી તેમજ મૂંછોમાં પઠાણ જ લાગી રહ્યાં હતા. તેઓ ગાડીમાં બેઠા, જેમાં એમનો ભત્રીજો શિશિરનાથ પહેલેથી હાજર હતો.

સુભાષ ચુપચાપ પાછલી સીટ પર જઈને બેઠાં. કોઈ વાત ના થઈ. બધું પહેલેથી નક્કી હતું. કાર આખી રાત ચાલતી રહી, તે લોકો ધનબાદની નજીક 'બરાઈ' જઈ પહોંચ્યા.

ત્યાં શિશિરના મોટા ભાઈ રહેતા હતા. એમનું નામ હતું અશોકનાથ બોસ. સુભાષે આખો દિવસ એમના જ બંગલામાં વિતાવ્યો. બીજા લોકોથી એમનો પરિચય વીમા એજેન્ટની રીતે કરાવવામાં આવ્યો.

અંધેરું થવા પર બંને ભાઈ ચાચાની સાથે કારમાં બેસીને ગોમાહ રેલવે સ્ટેશન જઈ પહોંચ્યા, જ્યાંથી સુભાષે એન.ડબ્લ્યૂ.એફ.પી. માટે રેલગાડી પકડી લીધી.

શિશિરે કલકત્તા પાછા ફરીને સુભાષના ગાયબ થવાની સૂચના આપી. સુભાષને ૨૭ જાન્યુઆરીએ અદાલતમાં રજૂ થવાનું હતું. અંગ્રેજ અધિકારીઓમાં ભાગ-દોડ મચી ગઈ. તેઓ જાણતા હતા કે સુભાષ એમને દગો આપીને નિકલી ચુક્યા હતા.

પેશાવરમાં

આ દરમિયાન સુભાષ પેશાવરમાં જઈ પહોંચ્યા. તેઓ ગૂંગા અને બહેરા મોહમ્મદ જિયાઉદ્દીન નામના પઠાણના રૂપમાં હતા, ભલું એમને કોણ ઓળખતું!

સુભાષે બહારથી ઘોડાગાડી લીધી તેમજ ચાલકના હાથમાં ચિઠ્ઠી થમાવી દીધી, જેના પર લખ્યું હતું, 'તાજમહેલ હોટલ'. સુભાષ એકલા ન હતા. એમનો વિશ્વાસ પાત્ર સાથી અકબર બીજી ઘોડાગાડીમાં પાછળ આવી રહ્યાં હતા. અકબર રેલમાં પણ ગૂંગા-બહેરા ચાચાના ભત્રીજો બનીને સાથે આવ્યો હતો.

સુભાષ હોટલમાં એક દિવસ રોકાયા, પછી એમને સ્થાનીય ફૉરવર્ડ બ્લૉકના સદસ્ય ભગતરામ દ્વારા એક ભાડાના મકાનમાં રાખવામાં આવ્યા.

એ ઘરમાં યોજનાઓ બની કે સુભાષને અફઘાનિસ્તાન કેવી રીતે મોકલવામાં આવે. આ જ ભાગદોડમાં એક અઠવાડિયું વિતી ગયું. એમના માટે ત્યાંથી જલ્દી નિકળવામાં જ ભલાઈ હતી.

કાબુલ તરફ

૨૬ જાન્યુઆરી, ૧૯૪૧એ ભગતરામ તેમજ સુભાષ બે વિશ્વાસપાત્ર સાથીઓની સાથે કાબુલ રવાના થયા. ભગતરામ રહેમતખાનના વેષમાં હતો. સુભાષ એમના ચાચા જિયાઉદ્દીન બન્યા. રસ્તામાં તે લોકોને કહેતા કે પોતાના ચાચાને તીર્થ કરાવવા લઈ જઈ રહ્યાં છે.

તેઓ જમરુદ પહોંચ્યા, જયાંથી કલીબાઈ વિસ્તાર આરંભ થાય છે. ત્યાંથી અગિયાર માઈલ દૂર ખજૂરી મેદાનમાં સિપાઈઓનો ડેરો હતો આ અફઘાનિસ્તાન તેમજ બ્રિટિશ ભારતની વચ્ચેનું પ્રતિબંધિત ક્ષેત્ર હતું. અહીંયાથી સાથે આવેલા લોકોને પાછા મોકલી દેવામાં આવ્યા.

અડધી રાતની નજીક તેઓ પુશ્કન મિયાં ગામ પહોંચ્યા. એમણે ત્યાં રાત વિતાવી. બીજા દિવસે તેઓ બીજા ગામ માટે રવાના થયા.

૨૮ જાન્યુઆરી, ૧૯૪૫એ તેઓ અડધી રાત્રે અફઘાન સીમાની પાસે પહોંચ્યા. ભગતરામે બે ખચ્ચર લઈ લીધા. તેઓ એના પર સવારી કરીને, બરફથી ઢંકાયેલી ઘાટી પાર કરીને અફઘાન દેશ પહોંચી ગયા.

પછી તેઓ ગઢી ગામમાં વિશ્રામ કરીને આગળ વધ્યાં. યાત્રા

જોખમકારક થતી જઈ રહી હતી. લોકો એમને શંકાની દૃષ્ટિથી જોતાં અને એમનાથી કેટલાય પ્રકારના સવાલ કરતાં હતા.

જ્યારે તેઓ કાબુલ હાઈ-વે પર પહોંચ્યા તો ભગતરામે ટ્રકવાળાઓથી લિફ્ટ લેવા ઇચ્છી, પણ કોઈ ના માન્યું. અંતમાં એક દયાળુ ટ્રકવાળાએ એમને જલાલાબાદ પહોંચાડી દીધા.

ત્યાંથી તેઓ બંને ચૌકી પાર કરીને ઘોડાગાડીથી કાબુલ પહોંચી ગયા. તેઓ એક સરાયમાં રોકાયા. બીજા દિવસે એમણે વિદેશી દૂતાવાસોથી સંપર્ક સાધવા ઇચ્છ્યો.

એક ઇતાલવી મંત્રી કાબુલ આવ્યા, તો સુભાષ કોઈ રીતે એનાથી મળવામાં સફળ થઈ ગયા. મંત્રીએ આ વિશે એક રિપોર્ટ રોમ મોકલી દીધો.

જર્મની તેમજ ઇટાલી સુભાષને પોતાને ત્યાં બોલાવવા માટે રાજી હતા. એમણે રશિયાથી વિનંતી કરી કે તેઓ સુભાષને ત્યાં સુધી આવવામાં મદદ કરે. સુભાષથી એક જર્મન એન્જિનિયરે મુલાકાત કરી. તે એમને પોતાની કારમાં સમરકંદ, ટ્રેનથી મૉસ્કો એ પછી વાયુયાનથી બર્લિન લઈ ગયા. કડક સંઘર્ષ પછી સુભાષ ત્યાં પહોંચી ગયા, જ્યાં તેઓ જવા ઇચ્છતા હતા.

આઝાદ હિંદ ફૌજ

સુભાષે આઝાદ હિંદ ફૌજની રચના કરી. જર્મનીએ રશિયા પર હુમલો કરી દીધો હતો. એમને જર્મનના અધીન રોમ તેમજ પેરિસમાં સેના કેમ્પમાં લગાવ્યા. આ રીતે ૩૦૦૦ લોકોની મજબૂત તેમજ તાકાતવર આઝાદ હિન્દ ફૌજ સામે આવી.

જર્મનીએ પોતાના બે વિશ્વાસપાત્ર અધિકારી સુભાષની મદદ માટે આપી રાખ્યા હતા. તેઓ ઍડૉલ્ફ હિટલરના વિશ્વાસપાત્ર હતા. સુભાષ એમના સમર્પિત સહયોગની હંમેશાં પ્રશંસા કરતાં હતા.

સુભાષ અંગ્રેજોને ભારતથી નિકાળીને બહાર કરવા માટે બેચેન હતા, પણ લક્ષ્ય હજુ દૂર હતું. આ જ વ્યસ્તતાની વચ્ચે તેઓ પોતાના પરિવારને પણ મળવા ના જઈ શક્યા, જે એ દિવસે ત્યાં જ હતો.

હિટલરના નામે પત્ર

સુભાષ હિટલરનો વિશ્વાસ જીતવા ઇચ્છતા હતા. એમણે એને ત્રમાં લખ્યું હતું કે કયા પ્રકારે ભારત યુદ્ધ જીતવામાં ધુરી દેશોની મદદ કરી શકતો હતો, પણ હિટલરે કોઈ જવાબ ના આપ્યો.

બીજા પત્રમાં સુભાષે પ્રસ્તાવ રાખ્યો કે જો જર્મની તેમજ ઇટાલી મળીને, ભારતને અંગ્રેજી શાસનથી મુક્ત કરી દે તો સ્વતંત્ર ભારત આ પ્રક્રિયામાં લાગેલા બધા પૈસા પાછા આપી દેશે.

કોઈ જવાબ ન મળવા પર એમણે ત્રીજા પત્રમાં હિટલરને સલાહ આપી કે એણે બ્રિટિશ કમાન્ડો પર હુમલો કરી દેવો જોઈએ, પછી ભલે તે ભારતમાં જ કેમ ના હોય. આ વખતે પણ જર્મન તાનાશાહે કોઈ જવાબ ન આપ્યો.

હિટલર પર દબાણ નાખવા માટે સુભાષ મુસોલિનીથી મળવા ઇટાલી ગયા. મુસોલિનીએ ભારત માટે સહાનુભૂતિપૂર્ણ વર્તન બતાવ્યું. જો કે એમને પણ ભારતની સ્વતંત્રતામાં કોઈ રુચી ન હતી.

એના પછી જયારે સુભાષ બર્લિન પાછા ફર્યા, તો એ જોઈને હેરાન

રહી ગયા હતા કે સ્થિતિ બદલી રહ્યાં હતા. જર્મની પ્રતિક્રિયા આપી રહ્યું હતું તેમજ હિટલર પણ નકારાત્મક રહ્યો ન હતો.

ભારતમાં સુભાષ વિરુદ્ધ પ્રચાર

જ્યારે અંગ્રેજોને જાણ થઈ કે સુભાષ ધુરી દેશોની સાથે હાથ મિલાવી ચુક્યા છે અને રેડિયો બર્લિનથી ભારતીયોના નામે વિદ્રોહી સંદેશ પ્રસારિત કરી રહ્યાં છે તો ભારત સરકાર એમના વિરુદ્ધ પ્રચાર કરવા લાગી. એણે એ અભિયાનમાં કૉંગ્રેસ નેતાઓને પણ મિલાવવા ઇચ્છ્યાં, પરંતુ અસફળ રહ્યું.

આ દરમિયાન જર્મને ડેનમાર્ક પર હુમલો કર્યો અને ત્યાંથી અંગ્રેજોને કાઢી મૂક્યા. બ્રિટનમાં વિંસ્ટન ચર્ચિલ ઇંગ્લેન્ડનું શાસન સંભાળી ચુક્યા હતા. તેઓ કૉંગ્રેસથી મિત્રતા કરવા ઇચ્છતા હતા.

કૉંગ્રેસે યુદ્ધમાં ઇંગ્લેન્ડની મદદ કરવાથી પહેલાં બે શરત રાખી. ચર્ચિલ એક ઘમંડી અંગ્રેજ હતો. તે ભલું ભારતની આઝાદીની શરત કેમ માનતો?

બ્રિટનની જાપાન વિરુદ્ધ યુદ્ધ ઘોષણા

આ દરમિયાન બ્રિટને જાપાન વિરુદ્ધ યુદ્ધ છેડી દીધું. એના સંસાધન ઘટતાં ચાલ્યા ગયા. અમેરિકા બ્રિટન પર દબાવ નાંખી રહ્યું હતું કે ભારતને આઝાદ કરવામાં આવે.

જર્મનીએ સુભાષને શોર્ટ વેવ રેડિયો પર સંદેશ પ્રસારિત કરવા પર આઝાદ હિન્દ ફૌજના ગઠનમાં મદદ કરી. સાત મહીનાના અથાગ પરિશ્રમ પછી બર્લિનમાં આઝાદ હિન્દ ફૌજની સ્થાપના થઈ.

સુભાષની અપીલ પર આફ્રિકામાં અંગ્રેજો માટે લડી રહેલાં ૪૫૦૦ ભારતીય સિપાઈ પોતાનો પક્ષ બદલીને જર્મન દળોમાં આવી ગયા. સુભાષ જર્મનીની નજરોમાં મહત્ત્વપૂર્ણ થઈ ગયા. હિટલરને પણ લાગ્યું કે સુભાષનો પોતાના દેશવાસીઓ પર ખૂબ પ્રભાવ હતો.

રેડિયો બર્લિનથી સુભાષના ભારતીયોના નામ સતત સંદેશ પ્રસારિત થતાં રહેતા હતા. તે લોકોને બતાવતા કે દેશથી દૂર રહીને પણ એમની આઝાદી માટે તેઓ શું કરી રહ્યાં હતા.

રાસ બિહારી બોસથી સંપર્ક

આ દરમિયાન જાપાનમાં ભારતની આઝાદીના પ્રયત્નોમાં ઝડપ આવી. ૧૯૧૫માં ભારતીય ક્રાંતિકારી રાસ બિહારી બોસ અંગ્રેજ પોલિસથી બચવા માટે જાપાન ચાલ્યા ગયા હતા, ત્યારથી તેઓ એક સ્થાનીય યુવતિથી લગ્ન કરીને ત્યાં જ રહેતા હતા, પરંતુ એમણે હજુ પણ ભારતીય ક્રાંતિકારીઓથી સંપર્ક જાળવી રાખ્યો હતો.

જાપાને યૂ.એસ.એ.ના પર્લ બંદરગાહ પર અચાનક હુમલો કરીને દ્વિતીય વિશ્વયુદ્ધમાં પોતાની ઉપસ્થિતિની નોંધ કરાવી દીધી. એની સેનાએ દક્ષિણ એશિયાઈ દેશો પર ચઢાઈ કરી દીધી.

રાસ બિહારી બોસ પણ અનુકૂળ પરિસ્થિતિઓ મેળવીને સક્રિય થઈ ગયા. જાપાનની સેનાએ એવા કેટલાય ભારતીય સૈનિક પકડ્યાં હતા, જેઓ અંગ્રેજો માટે લડી રહ્યાં હતા. રાસ બિહારી બોસે સ્થાનીય ભારતીય તેમજ એ લોકોના મેળથી 'ઇન્ડિયન ઇન્ડીપેન્ડન્સ લીગ'ની સ્થાપના કરી. જાપાનીઓએ એમને સૈન્ય પ્રશિક્ષણ આપવામાં મદદ કરી.

કેપ્ટન મનમોહન સિંહ સેનાના કમાન્ડર હતા. સિંગાપુર માટે યુદ્ધમાં અંગ્રેજ સેનાના ૪૦,૦૦૦ ભારતીય સિપાઈ જાપાનીઓની આગળ હથિયાર નાંખી ચુક્યા હતા. તેઓ પણ આ સેનામાં સામેલ થઈ ગયા.

રાસ બિહારી ઇચ્છતાં હતા કે સુભાષ આ સેનાની પણ કમાન સંભાળી લે તેમજ અંગ્રેજો પર હુમલો કરી દે. એમણે સુભાષને જાપાન આવવાનું આમંત્રણ આપ્યું.

સુભાષ જાપાન જવાથી પહેલાં હિટલરને મળવા ઇચ્છતા હતા. ખૂબ જ અનુરોધ પછી હિટલર મળવા તૈયાર થયા. સુભાષે એનાથી કહ્યું કે યુદ્ધ પછી ભારતને સ્વતંત્ર ઘોષિત કરી દેવામાં આવે, પરંતુ હિટલર ના માન્યો. તે હજુ પણ ભારતીયો તરફથી નિશ્ચિંત ન હતો.

વિયેતનામમાં પુત્રીથી મુલાકાત

આ દરમિયાન એમિની સુભાષની પુત્રીને જન્મ આપી ચુકી હતી. સુભાષ વિયેતનામ જઈને પુત્રી તેમજ પત્નીથી મળ્યાં. જર્મન યુદ્ધરત હતું. ભૂમિ તથા આકાશ બંને જ માર્ગ અસુરક્ષિત હતા. ઇટાલી જવું ઘણું જોખમકારક હતું. આ જ કારણથી જાપાન જવાનું સ્થગિત થતું રહેતું હતું.

જાન્યુઆરી, ૧૯૪૩માં સુભાષે પોતાની પત્નીને બર્લિનમાં મળવાનું કહ્યું, જ્યાંથી તેઓ સેનાનું કામ સંભાળી રહ્યાં હતા તથા જવાની તૈયારીઓ કરી રહ્યાં હતા.

જર્મનીથી બહાર

જાપાન જર્મન પર દબાણ નાખી રહ્યું હતું કે સુભાષને એમની પાસે

મોકલવામાં આવે. તેઓ આ ભારતીય નેતાની તાકાતને જાણતા હતા. સુભાષની મદદથી તેઓ અંગ્રેજોને દબાવી શકતા હતા.

જર્મન માની ગયું કે સુભાષને પનડુબ્બી દ્વારા જાપાન મોકલવામાં આવે. સુભાષને યાત્રાની યોજના આપવામાં આવી. તેઓ પોતાની ફૌજનું નેતૃત્વ વિશ્વાસપાત્ર લોકોને સોંપીને જર્મની જવા રવાના થયા.

તેઓ પોતાના સહાયકની સાથે કીલ હાર્બર પહોંચ્યા, જ્યાં એમને ૮ ફેબ્રુઆરી, ૧૯૪૩માં યૂ-૧૯૦ પનડુબ્બીમાં બેસાડવામાં આવ્યા. ચાર મહીના સુધી તે પનડુબ્બી શત્રુઓથી બચતી-બચાવતી પૂર્વ તરફ વધી ગઈ. તે એમને મૈડાગાસ્કર લઈ ગઈ. ત્યાંથી આગળની યાત્રા એમણે જાપાની પનડુબ્બીથી કરી. ૬ મે, ૧૯૪૩એ તેઓ જાપાની તટ પર પહોંચ્યા.

સુભાષ જાપાનમાં

સુભાષને વાયુયાનથી ટોકિયો લઈ જવામાં આવ્યા. ટોકિયોમાં તેઓ જનરલ તોજોથી મળ્યાં, જે એમના વ્યક્તિત્વ તેમજ આત્મવિશ્વાસથી અત્યંત પ્રભાવિત થયા.

૧૬ જૂન, ૧૯૪૩એ સુભાષે જાપાનની સંસદમાં ભાગ લીધો અને ભારતની આઝાદીમાં જાપાનની ભૂમિકાનો પ્રશ્ન ઉઠાવ્યો. જાપાન સરકારે દરેક શક્ય મદદ આપવાનું વચન આપીને સુભાષનું સન્માન કર્યું.

આઝાદ હિન્દ ફૌજ તેમજ નેતાજી

સુભાષ સિંગાપુર પહોંચ્યા તો રાસ બિહારીજીએ એમના સ્વાગતમાં એક સભા આયોજિત કરી. એમણે ભારતીયોની વચ્ચે સુભાષને 'નેતાજી' કહીને સંબોધિત કર્યા.

નેતાજીને ઇન્ડિયન નેશનલ આર્મીનું નેતૃત્વ તેમજ ઇન્ડિયન ઇન્ડીપેન્ડન્સ લીગનું અધ્યક્ષ પદ આપવામાં આવ્યું.

નેતાજી સેનાના કમાન્ડર-ઇન-ચીફ બન્યા. એને 'આઝાદ હિન્દ ફૌજ'નું નામ આપવામાં આવ્યું. એના પછીથી તેઓ હંમેશાં કમાન્ડરની વર્દીમાં રહેવા લાગ્યા.

આ સેનામાં ૪૦,૦૦૦ સિપાઈઓ સહિત એક મહિલા એકમ 'રાણી ઝાંસી રેજીમેન્ટ' પણ હતું. એમાં ૧૦૦ મહિલા સિપાઈ હતી, જેમની કમાન લક્ષ્મી સહગલના અધીન હતી.

આઝાદ હિન્દ ફૌજમાં ચાર બ્રિગેડ હતી- નેહરુ બ્રિગેડ, ગાંધી બ્રિગેડ, આઝાદ બ્રિગેડ, સુભાષ બ્રિગેડ. એનાથી જાણ થાય છે કે સુભાષ મતભેદો છતાં ગાંધીજી તેમજ નેહરૂજીને કેટલું માન આપતા હતા.

સુભાષ બ્રિગેડની કમાન શાહનવાઝ ખાનની પાસે હતી.

અંતરિમ સરકારનું ગઠન

૨૧ જૂન, ૧૯૪૩એ નેતાજી સુભાષે સ્વતંત્ર ભારતની અંતરિમ સરકારનું ગઠન કર્યું. તેઓ એના અધ્યક્ષ, પ્રધાનમંત્રી તથા કમાન્ડર-ઇન-ચીફ બન્યાં.

સરકારની પાસે નાણાં માટે પોતાની આઝાદ હિન્દ બેંક તેમજ કરન્સી વ્યવસ્થા હતી. એનું રાષ્ટ્રીય ગીત, રેડિયો સ્ટેશન તેમજ ધ્વજ પણ હતા. નેતાજીએ કૉંગ્રેસ ધ્વજને અપનાવ્યો. જાપાન, બર્મા, થાઈલેન્ડ, મનચુકો, નાનકિંગ, ફિલિપીન્સ, જર્મની, ઇટાલી તેમજ ક્રોસિયા નામના નવ દેશોએ આ સરકારને ઔપચારિક માન્યતા પ્રદાન કરી.

યૂ.એસ.એ. તેમજ બ્રિટનની વિરુદ્ધ યુદ્ધની ઘોષણા

૨૨ જૂન, ૧૯૪૩એ નેતાજીએ યૂ.એસ.એ. તેમજ બ્રિટનના વિરુદ્ધ યુદ્ધની ઘોષણા કરી દીધી. યુદ્ધની યોજનાને અંતિમ રૂપ આપવા માટે એક સભા બોલાવવામાં આવી. એમાં ફીલ્ડ માર્શલ કાઉન્ટ તેરાચી, પૂર્વી રશિયામાં જાપાની દળોના કમાન્ડરે ભાગ લીધો. એમનું માનવું હતું કે આ ફૌજ અત્યારે મુકાબલા માટે તૈયાર ન હતી.

તેઓ ઈચ્છતા હતા કે બ્રિટિશ ભારત પર જાપાની દળ હુમલો કરે તેમજ કમાન એમની પાસે હોય. આઝાદ હિન્દ ફૌજ ફક્ત મદદ કરે. સુભાષે આ વિચારને નકારી દીધો. તેઓ પોતાની ફૌજની સાથે જ દિલ્લી સુધી જવા ઈચ્છતા હતા. એમણે પોતાના સિપાઈઓની વચનબદ્ધતા પર પૂરો વિશ્વાસ હતો.

અંતમાં તેરાચી તેમજ સુભાષમાં નક્કી થયું કે આઝાદ હિન્દ ફૌજની એક બ્રિગેડ જાપાની સેનાની સાથે મળીને યુદ્ધ આરંભ કરશે. જો તે સફળ રહી તો પૂરી ફૌજને સેનામાં સામેલ કરી લેવામાં આવશે.

યુદ્ધ

સુભાષ બ્રિગેડને આ કામ માટે પસંદ કરવામાં આવ્યા, કેમ કે એમાં જ સૌથી પ્રવીણ સિપાઈ હતા.

૪ ફેબ્રુઆરી, ૧૯૪૪એ શાહનવાજ ખાન પોતાની બ્રિગેડની સાથે પૉમ રવાના થયા. બ્રિગેડે બૉમ્બમારો તેમજ ગોળીબારીની વચ્ચે રસ્તો બનાવીને કલનદ નદીના કિનારે સ્થિતિ સંભાળી. એમણે કેટલીક ખાસ સેના ચોકીઓ પર પણ કબ્જો કરી લીધો.

સિપાઈથી ભરપૂર હતા. તેઓ પૂરી બહાદુરીથી કહેતા, આપણે પાછા નથી ફરવાનું. આપણે કોઈ પણ કિંમત પર દિલ્લી જવાનું છે. આપણાં 'કમાન્ડર-ઇન-ચીફ'નો આદેશ છે- ''દિલ્લી ચલો.''

આ દરમિયાન બાકી બટાલિયનોએ જાપાની સેનાની સાથે ફાલમ તેમજ ડાકા ક્ષેત્ર પર કબ્જો કરી લીધો. એમણે કોહિમાને પણ જીતી લીધું.

૧૯ માર્ચ, ૧૯૪૪ આઝાદ હિન્દ ફૌજના સિપાઈ ઉપરી માતૃભૂમિમાં પગલાં રાખી ચુક્યા હતા. ભારતની આઝાદીની પ્રક્રિયા આરંભ થઈ ગઈ હતી. જલ્દી જ ૧૫૦૦ વર્ગ કિ.મી. પર એમનો કબ્જો થઈ ગયો. તેઓ ભયંકર યુદ્ધ પછી કોહિમા તેમજ મણિપુર જીતી ચુક્યા હતા. ગાંધી બ્રિગેડે ઇમ્ફાલમાં આઝાદ હિન્દ ફૌજનો ધ્વજ લહેરાવી દીધો.

જૂન, ૧૯૪૪માં ૬૦૦ આઝાદ હિન્દ ફૌજના સિપાઈઓએ ૩૦૦ અંગ્રેજ સિપાઈઓથી બરાબરની ટક્કર લીધી.

પરિસ્થિતિઓમાં બદલાવ

અચાનક બધું જ બદલાવા લાગ્યું. એક ખબર આવી કે અમેરિકી સેના સમુદ્રના રસ્તે એશિયા પર હુમલો કરવા આવી રહી છે. હવે જાપાની સેનાને પોતાનું રુખ બદલવું પડ્યું. હવે એમને પોતાના માટે લડવાનું હતું. ધુરી દેશો પર યૂરોપમાં મિત્ર દેશોની જીત થઈ. ઇટાલી અસહાય અવસ્થામાં હતું તેમજ જર્મન પણ મોરચાઓથી હટી રહ્યું હતું.

જાપાની સેનાએ ભારતના મોરચા પર આઝાદ હિન્દ ફૌજનો સાથ છોડી દીધો. અહીં ડિસેમ્બર, ૧૯૪૪ સુધી અંગ્રેજ સેના બર્મા પહોંચી ચુકી હતી તેમજ ઇરાવતી નદીના કિનારા સુધી આવી ગઈ હતી. જાપાની હજુ પણ ત્યાં હતા. જાપાની સેના તેમજ આઝાદ હિન્દ ફૌજે શત્રુનો સામનો તો કર્યો, પરંતુ હારી ગયા.

નેતાજી દ્વારા આત્મસમર્પણથી ઇનકાર

આ સમાચાર મેળવતાં જ નેતાજી ગરજી ઉઠ્યાં, ''જાપાનીઓએ ભલે હથિયાર નાંખી દીધા હોય, પરંતુ આઝાદ હિન્દ ફૌજ પોતાના શરીરના લોહીની આખરી બૂંદ સુધી લડશે.''

તેઓ પહેલાં જ સિપાઈઓ તથા દેશવાસીઓથી કહી ચુક્યા હતા- 'તુમ મુજે ખૂન દો-મેં તુમ્હે આઝાદી દૂંગા.'

સેનાના સિપાઈ ભોજન તેમજ અસલા-બારૂદ વગર લડતાં રહ્યાં, પરંતુ આવું ક્યાં સુધી થઈ શકતું? પછી નાજી જર્મનીની હારની ખબર આવી તો સિપાઈ હતોત્સાહિત થઈ ગયા. સિપાઈ બદતર સ્થિતિમાં હતા. એમણે કોઈ પણ પ્રકારની આપૂર્તિ મળી ન રહી હતી.

આ દરમિયાન અંગ્રેજ સેના બધા મોરચાઓ પર ઝડપથી આગળ વધી રહી હતી. તેઓ સતત જીતતા ચાલ્યા ગયા.

હિરોશિમા તેમજ નાગાસાકી પર પરમાણુ બૉમ્બ

અંતમાં એક ભારે ધક્કો લાગ્યો. ૬ ઓગસ્ટ, ૧૯૪૫એ અમેરિકાએ હિરોશિમા પર પરમાણુ બૉમ્બ ફેંક્યો. બે દિવસ પછી બીજા બૉમ્બથી નાગાસાકીને બરબાદ કરી દેવાયું. જાપાનની રીઢ તૂટી ગઈ અને હથિયાર નાંખવા પડ્યાં.

આઝાદ હિન્દ ફૌજની સેનાના કમાન્ડર દુવિધામાં હતા. આગળ વધવાનો માર્ગ ન હતો અને પાછા ફરવા માટે કોઈ મિત્ર બચ્યો ન હતો.

અંગ્રેજોએ આઝાદ હિન્દ ફૌજના સિપાઈઓ તેમજ કમાન્ડરોને બંદી બનાવી લીધા.

નેતાજી તેમજ એમના નજીકના સહાયક બૈંકૉકમાં સાચા સમયની પ્રતીક્ષામાં હતા. તેઓ રશિયન પ્લાન પર કામ કરવા ઈચ્છતા હતા. તેઓ ઈચ્છતા હતા કે યૂ.એસ.એસ.આર. જઈને સોશ્યાલિસ્ટ એશિયાની મંદદથી નવેસરથી ફૌજ બનાવે.

વિમાન દુર્ઘટના

નેતાજીએ જાપાનીઓને કહ્યું કે તેઓ એમના માટે રશિયા જવાની વ્યવસ્થા કરી દે, પરંતુ એમણે ના પાડી દીધી.

અહીંયા કેપ્ટન તેરાચીએ સુભાષની મદદ કરી. યુદ્ધ દરમિયાન તેઓ સુભાષનો ખુબ જ આદર કરવા લાગ્યા હતા.

એમણે પોતાના પ્રભાવથી સુભાષ માટે અંગત વિમાનની વ્યવસ્થા કરી દીધી, જે એમને રશિયા લઈ જવાનું હતું.

વિમાને ઉડાન ભરી. સુભાષના સહાયક હબીબ-ઉર-રહેમાન પણ સાથે હતા.

૨૩ ઓગસ્ટ, ૧૯૪૫એ જાપાનની ટોકિયો ન્યૂજ એજન્સીએ ખબર આપી-''આઝાદ હિન્દ ફૌજની અંતરિમ સરકારના પ્રમુખ સુભાષચંદ્ર બોસ પોતાના સહાયક હબીબ-ઉર-રહેમાનની સાથે બૈંકૉકથી ટોકિયોની વિમાનની યાત્રા કરી રહ્યાં હતા. અચાનક વિમાને આગ પકડી લીધી

અને ફોરમાંસાથી નજીક તાઇહોમ પહાડી પર દુર્ઘટનાગ્રસ્ત થઈ ગયું. આ દુર્ઘટનામાં અત્યાધિક બળી જવાને કારણે નેતાજી સુભાષચંદ્ર બોસે હૉસ્પિટલમાં દમ તોડી દીધો."

આઝાદ હિન્દ ફૌજના અધિકારીઓએ સમાચારની પુષ્ટિ કરી. આ સમાચાર એટલા ચોંકાવનારા તથા દુઃખદાયી હતા કે ભારતીય જનતાએ આ ત્રાસદીને માનવાથી ઇનકાર કરી દીધો. લોકો કેટલાય દશકાઓ સુધી એ જ ભ્રમમાં રહ્યાં કે એમના પ્રિય નેતાજી જીવિત હતા અને કોઈ દિવસે અવશ્ય જ ભારત પાછા ફરશે.

■■■